Name:

SPELLING
notebook

Two Columns · 12-Word Spelling List

ENGLISH PHONOGRAM LIST

a	ai	ar	au	augh
aw	ay	b	bu	c
cei	ch	ci	ck	d
dge	e	ea	ear	ed
ee	ei	eigh	er	es
ew	ey	f	g	gn
gu	h	I	ie	igh
ir	j	k	kn	l
m	n	ng	o	oa
oe	oi	oo	or	ou
ough	ow	oy	p	ph
qu	r	s	sh	si
t	tch	th	ti	u
ui	ur	v	w	wh
wor	wr	x	y	z

DATE:

1. jot
2. net
3. piyn
4. hot
5. Fun
6. The
7. is
8.
9.
10.
11.
12.

1.
2.
3.
4.
5.
6.
7.
8.
9.
10.
11.
12.

DATE: ______________________

1. ______________________ 1. ______________________
2. ______________________ 2. ______________________
3. ______________________ 3. ______________________
4. ______________________ 4. ______________________
5. ______________________ 5. ______________________
6. ______________________ 6. ______________________
7. ______________________ 7. ______________________
8. ______________________ 8. ______________________
9. ______________________ 9. ______________________
10. ______________________ 10. ______________________
11. ______________________ 11. ______________________
12. ______________________ 12. ______________________

j

DATE: ____________________

1. jot
2. net
3. pin
4. hot
5. fun
6. the
7. is
8. ____________________
9. ____________________
10. ____________________
11. ____________________
12. ____________________

1. ____________________
2. ____________________
3. ____________________
4. ____________________
5. ____________________
6. ____________________
7. ____________________
8. ____________________
9. ____________________
10. ____________________
11. ____________________
12. ____________________

DATE: ____________________

1. ____________________
2. ____________________
3. ____________________
4. ____________________
5. ____________________
6. ____________________
7. ____________________
8. ____________________
9. ____________________
10. ____________________
11. ____________________
12. ____________________

1. ____________________
2. ____________________
3. ____________________
4. ____________________
5. ____________________
6. ____________________
7. ____________________
8. ____________________
9. ____________________
10. ____________________
11. ____________________
12. ____________________

DATE: ______________________

1. ______________________
2. ______________________
3. ______________________
4. ______________________
5. ______________________
6. ______________________
7. ______________________
8. ______________________
9. ______________________
10. ______________________
11. ______________________
12. ______________________

1. ______________________
2. ______________________
3. ______________________
4. ______________________
5. ______________________
6. ______________________
7. ______________________
8. ______________________
9. ______________________
10. ______________________
11. ______________________
12. ______________________

DATE: ____________________

1. ____________________ 1. ____________________

2. ____________________ 2. ____________________

3. ____________________ 3. ____________________

4. ____________________ 4. ____________________

5. ____________________ 5. ____________________

6. ____________________ 6. ____________________

7. ____________________ 7. ____________________

8. ____________________ 8. ____________________

9. ____________________ 9. ____________________

10. ____________________ 10. ____________________

11. ____________________ 11. ____________________

12. ____________________ 12. ____________________

DATE: ____________________

1. ____________________
2. ____________________
3. ____________________
4. ____________________
5. ____________________
6. ____________________
7. ____________________
8. ____________________
9. ____________________
10. ____________________
11. ____________________
12. ____________________

1. ____________________
2. ____________________
3. ____________________
4. ____________________
5. ____________________
6. ____________________
7. ____________________
8. ____________________
9. ____________________
10. ____________________
11. ____________________
12. ____________________

DATE: ____________________

1. ____________________
2. ____________________
3. ____________________
4. ____________________
5. ____________________
6. ____________________
7. ____________________
8. ____________________
9. ____________________
10. ____________________
11. ____________________
12. ____________________

1. ____________________
2. ____________________
3. ____________________
4. ____________________
5. ____________________
6. ____________________
7. ____________________
8. ____________________
9. ____________________
10. ____________________
11. ____________________
12. ____________________

DATE: ______

1. ______
2. ______
3. ______
4. ______
5. ______
6. ______
7. ______
8. ______
9. ______
10. ______
11. ______
12. ______

1. ______
2. ______
3. ______
4. ______
5. ______
6. ______
7. ______
8. ______
9. ______
10. ______
11. ______
12. ______

DATE: ____________________

1. ____________________
2. ____________________
3. ____________________
4. ____________________
5. ____________________
6. ____________________
7. ____________________
8. ____________________
9. ____________________
10. ____________________
11. ____________________
12. ____________________

1. ____________________
2. ____________________
3. ____________________
4. ____________________
5. ____________________
6. ____________________
7. ____________________
8. ____________________
9. ____________________
10. ____________________
11. ____________________
12. ____________________

DATE: ______________________

1. ______________________
2. ______________________
3. ______________________
4. ______________________
5. ______________________
6. ______________________
7. ______________________
8. ______________________
9. ______________________
10. ______________________
11. ______________________
12. ______________________

1. ______________________
2. ______________________
3. ______________________
4. ______________________
5. ______________________
6. ______________________
7. ______________________
8. ______________________
9. ______________________
10. ______________________
11. ______________________
12. ______________________

DATE: ____________________

1. ____________________ 1. ____________________

2. ____________________ 2. ____________________

3. ____________________ 3. ____________________

4. ____________________ 4. ____________________

5. ____________________ 5. ____________________

6. ____________________ 6. ____________________

7. ____________________ 7. ____________________

8. ____________________ 8. ____________________

9. ____________________ 9. ____________________

10. ____________________ 10. ____________________

11. ____________________ 11. ____________________

12. ____________________ 12. ____________________

DATE: ______________________

1. ______________________ 1. ______________________

2. ______________________ 2. ______________________

3. ______________________ 3. ______________________

4. ______________________ 4. ______________________

5. ______________________ 5. ______________________

6. ______________________ 6. ______________________

7. ______________________ 7. ______________________

8. ______________________ 8. ______________________

9. ______________________ 9. ______________________

10. ______________________ 10. ______________________

11. ______________________ 11. ______________________

12. ______________________ 12. ______________________

DATE: ______________________

1. ______________________
2. ______________________
3. ______________________
4. ______________________
5. ______________________
6. ______________________
7. ______________________
8. ______________________
9. ______________________
10. ______________________
11. ______________________
12. ______________________

1. ______________________
2. ______________________
3. ______________________
4. ______________________
5. ______________________
6. ______________________
7. ______________________
8. ______________________
9. ______________________
10. ______________________
11. ______________________
12. ______________________

DATE: ____________________

1. ____________________
2. ____________________
3. ____________________
4. ____________________
5. ____________________
6. ____________________
7. ____________________
8. ____________________
9. ____________________
10. ____________________
11. ____________________
12. ____________________

1. ____________________
2. ____________________
3. ____________________
4. ____________________
5. ____________________
6. ____________________
7. ____________________
8. ____________________
9. ____________________
10. ____________________
11. ____________________
12. ____________________

DATE: ____________________

1. ____________________ 1. ____________________

2. ____________________ 2. ____________________

3. ____________________ 3. ____________________

4. ____________________ 4. ____________________

5. ____________________ 5. ____________________

6. ____________________ 6. ____________________

7. ____________________ 7. ____________________

8. ____________________ 8. ____________________

9. ____________________ 9. ____________________

10. ____________________ 10. ____________________

11. ____________________ 11. ____________________

12. ____________________ 12. ____________________

DATE: ____________________

1. ____________________ 1. ____________________

2. ____________________ 2. ____________________

3. ____________________ 3. ____________________

4. ____________________ 4. ____________________

5. ____________________ 5. ____________________

6. ____________________ 6. ____________________

7. ____________________ 7. ____________________

8. ____________________ 8. ____________________

9. ____________________ 9. ____________________

10. ____________________ 10. ____________________

11. ____________________ 11. ____________________

12. ____________________ 12. ____________________

DATE: ______________________

1. ______________________
2. ______________________
3. ______________________
4. ______________________
5. ______________________
6. ______________________
7. ______________________
8. ______________________
9. ______________________
10. ______________________
11. ______________________
12. ______________________

1. ______________________
2. ______________________
3. ______________________
4. ______________________
5. ______________________
6. ______________________
7. ______________________
8. ______________________
9. ______________________
10. ______________________
11. ______________________
12. ______________________

DATE: ______________________

1. ______________________
2. ______________________
3. ______________________
4. ______________________
5. ______________________
6. ______________________
7. ______________________
8. ______________________
9. ______________________
10. ______________________
11. ______________________
12. ______________________

1. ______________________
2. ______________________
3. ______________________
4. ______________________
5. ______________________
6. ______________________
7. ______________________
8. ______________________
9. ______________________
10. ______________________
11. ______________________
12. ______________________

DATE: ____________________

1. ____________________
2. ____________________
3. ____________________
4. ____________________
5. ____________________
6. ____________________
7. ____________________
8. ____________________
9. ____________________
10. ____________________
11. ____________________
12. ____________________

1. ____________________
2. ____________________
3. ____________________
4. ____________________
5. ____________________
6. ____________________
7. ____________________
8. ____________________
9. ____________________
10. ____________________
11. ____________________
12. ____________________

DATE: ______________________

1. ______________________
2. ______________________
3. ______________________
4. ______________________
5. ______________________
6. ______________________
7. ______________________
8. ______________________
9. ______________________
10. ______________________
11. ______________________
12. ______________________

1. ______________________
2. ______________________
3. ______________________
4. ______________________
5. ______________________
6. ______________________
7. ______________________
8. ______________________
9. ______________________
10. ______________________
11. ______________________
12. ______________________

DATE: ____________________

1. ____________________
2. ____________________
3. ____________________
4. ____________________
5. ____________________
6. ____________________
7. ____________________
8. ____________________
9. ____________________
10. ____________________
11. ____________________
12. ____________________

1. ____________________
2. ____________________
3. ____________________
4. ____________________
5. ____________________
6. ____________________
7. ____________________
8. ____________________
9. ____________________
10. ____________________
11. ____________________
12. ____________________

DATE: ______

1. ______
2. ______
3. ______
4. ______
5. ______
6. ______
7. ______
8. ______
9. ______
10. ______
11. ______
12. ______

1. ______
2. ______
3. ______
4. ______
5. ______
6. ______
7. ______
8. ______
9. ______
10. ______
11. ______
12. ______

DATE: ______________________

1. ______________________
2. ______________________
3. ______________________
4. ______________________
5. ______________________
6. ______________________
7. ______________________
8. ______________________
9. ______________________
10. ______________________
11. ______________________
12. ______________________

1. ______________________
2. ______________________
3. ______________________
4. ______________________
5. ______________________
6. ______________________
7. ______________________
8. ______________________
9. ______________________
10. ______________________
11. ______________________
12. ______________________

DATE: ______________________

1. ______________________ 1. ______________________

2. ______________________ 2. ______________________

3. ______________________ 3. ______________________

4. ______________________ 4. ______________________

5. ______________________ 5. ______________________

6. ______________________ 6. ______________________

7. ______________________ 7. ______________________

8. ______________________ 8. ______________________

9. ______________________ 9. ______________________

10. ______________________ 10. ______________________

11. ______________________ 11. ______________________

12. ______________________ 12. ______________________

DATE: ______________________

1. ______________________ 1. ______________________

2. ______________________ 2. ______________________

3. ______________________ 3. ______________________

4. ______________________ 4. ______________________

5. ______________________ 5. ______________________

6. ______________________ 6. ______________________

7. ______________________ 7. ______________________

8. ______________________ 8. ______________________

9. ______________________ 9. ______________________

10. ______________________ 10. ______________________

11. ______________________ 11. ______________________

12. ______________________ 12. ______________________

DATE: ____________________

1. ____________________
2. ____________________
3. ____________________
4. ____________________
5. ____________________
6. ____________________
7. ____________________
8. ____________________
9. ____________________
10. ____________________
11. ____________________
12. ____________________

1. ____________________
2. ____________________
3. ____________________
4. ____________________
5. ____________________
6. ____________________
7. ____________________
8. ____________________
9. ____________________
10. ____________________
11. ____________________
12. ____________________

DATE: ____________________

1. ____________________
2. ____________________
3. ____________________
4. ____________________
5. ____________________
6. ____________________
7. ____________________
8. ____________________
9. ____________________
10. ____________________
11. ____________________
12. ____________________

1. ____________________
2. ____________________
3. ____________________
4. ____________________
5. ____________________
6. ____________________
7. ____________________
8. ____________________
9. ____________________
10. ____________________
11. ____________________
12. ____________________

DATE: ______________________

1. ______________________
2. ______________________
3. ______________________
4. ______________________
5. ______________________
6. ______________________
7. ______________________
8. ______________________
9. ______________________
10. ______________________
11. ______________________
12. ______________________

1. ______________________
2. ______________________
3. ______________________
4. ______________________
5. ______________________
6. ______________________
7. ______________________
8. ______________________
9. ______________________
10. ______________________
11. ______________________
12. ______________________

DATE: ______________________

1. ______________________
2. ______________________
3. ______________________
4. ______________________
5. ______________________
6. ______________________
7. ______________________
8. ______________________
9. ______________________
10. ______________________
11. ______________________
12. ______________________

1. ______________________
2. ______________________
3. ______________________
4. ______________________
5. ______________________
6. ______________________
7. ______________________
8. ______________________
9. ______________________
10. ______________________
11. ______________________
12. ______________________

DATE: ______

1. ______
2. ______
3. ______
4. ______
5. ______
6. ______
7. ______
8. ______
9. ______
10. ______
11. ______
12. ______

1. ______
2. ______
3. ______
4. ______
5. ______
6. ______
7. ______
8. ______
9. ______
10. ______
11. ______
12. ______

DATE: ____________________

1. ____________________ 1. ____________________

2. ____________________ 2. ____________________

3. ____________________ 3. ____________________

4. ____________________ 4. ____________________

5. ____________________ 5. ____________________

6. ____________________ 6. ____________________

7. ____________________ 7. ____________________

8. ____________________ 8. ____________________

9. ____________________ 9. ____________________

10. ____________________ 10. ____________________

11. ____________________ 11. ____________________

12. ____________________ 12. ____________________

DATE: ____________________

1. ____________________
2. ____________________
3. ____________________
4. ____________________
5. ____________________
6. ____________________
7. ____________________
8. ____________________
9. ____________________
10. ____________________
11. ____________________
12. ____________________

1. ____________________
2. ____________________
3. ____________________
4. ____________________
5. ____________________
6. ____________________
7. ____________________
8. ____________________
9. ____________________
10. ____________________
11. ____________________
12. ____________________

DATE: ____________________

1. ____________________ 1. ____________________

2. ____________________ 2. ____________________

3. ____________________ 3. ____________________

4. ____________________ 4. ____________________

5. ____________________ 5. ____________________

6. ____________________ 6. ____________________

7. ____________________ 7. ____________________

8. ____________________ 8. ____________________

9. ____________________ 9. ____________________

10. ____________________ 10. ____________________

11. ____________________ 11. ____________________

12. ____________________ 12. ____________________

DATE: ______________________

1. ______________________
2. ______________________
3. ______________________
4. ______________________
5. ______________________
6. ______________________
7. ______________________
8. ______________________
9. ______________________
10. ______________________
11. ______________________
12. ______________________

1. ______________________
2. ______________________
3. ______________________
4. ______________________
5. ______________________
6. ______________________
7. ______________________
8. ______________________
9. ______________________
10. ______________________
11. ______________________
12. ______________________

DATE: ____________________

1. ____________________ 1. ____________________

2. ____________________ 2. ____________________

3. ____________________ 3. ____________________

4. ____________________ 4. ____________________

5. ____________________ 5. ____________________

6. ____________________ 6. ____________________

7. ____________________ 7. ____________________

8. ____________________ 8. ____________________

9. ____________________ 9. ____________________

10. ____________________ 10. ____________________

11. ____________________ 11. ____________________

12. ____________________ 12. ____________________

DATE: ____________________

1. ____________________
2. ____________________
3. ____________________
4. ____________________
5. ____________________
6. ____________________
7. ____________________
8. ____________________
9. ____________________
10. ____________________
11. ____________________
12. ____________________

1. ____________________
2. ____________________
3. ____________________
4. ____________________
5. ____________________
6. ____________________
7. ____________________
8. ____________________
9. ____________________
10. ____________________
11. ____________________
12. ____________________

DATE: ____________________

1. ____________________
2. ____________________
3. ____________________
4. ____________________
5. ____________________
6. ____________________
7. ____________________
8. ____________________
9. ____________________
10. ____________________
11. ____________________
12. ____________________

1. ____________________
2. ____________________
3. ____________________
4. ____________________
5. ____________________
6. ____________________
7. ____________________
8. ____________________
9. ____________________
10. ____________________
11. ____________________
12. ____________________

DATE: ______________________

1. ______________________ 1. ______________________

2. ______________________ 2. ______________________

3. ______________________ 3. ______________________

4. ______________________ 4. ______________________

5. ______________________ 5. ______________________

6. ______________________ 6. ______________________

7. ______________________ 7. ______________________

8. ______________________ 8. ______________________

9. ______________________ 9. ______________________

10. ______________________ 10. ______________________

11. ______________________ 11. ______________________

12. ______________________ 12. ______________________

DATE: ____________________

1. ____________________ 1. ____________________

2. ____________________ 2. ____________________

3. ____________________ 3. ____________________

4. ____________________ 4. ____________________

5. ____________________ 5. ____________________

6. ____________________ 6. ____________________

7. ____________________ 7. ____________________

8. ____________________ 8. ____________________

9. ____________________ 9. ____________________

10. ____________________ 10. ____________________

11. ____________________ 11. ____________________

12. ____________________ 12. ____________________

DATE: ______________________

1. ______________________ 1. ______________________

2. ______________________ 2. ______________________

3. ______________________ 3. ______________________

4. ______________________ 4. ______________________

5. ______________________ 5. ______________________

6. ______________________ 6. ______________________

7. ______________________ 7. ______________________

8. ______________________ 8. ______________________

9. ______________________ 9. ______________________

10. ______________________ 10. ______________________

11. ______________________ 11. ______________________

12. ______________________ 12. ______________________

DATE: ______

1. ______ 1. ______

2. ______ 2. ______

3. ______ 3. ______

4. ______ 4. ______

5. ______ 5. ______

6. ______ 6. ______

7. ______ 7. ______

8. ______ 8. ______

9. ______ 9. ______

10. ______ 10. ______

11. ______ 11. ______

12. ______ 12. ______

DATE: ____________________

1. ____________________ 1. ____________________

2. ____________________ 2. ____________________

3. ____________________ 3. ____________________

4. ____________________ 4. ____________________

5. ____________________ 5. ____________________

6. ____________________ 6. ____________________

7. ____________________ 7. ____________________

8. ____________________ 8. ____________________

9. ____________________ 9. ____________________

10. ____________________ 10. ____________________

11. ____________________ 11. ____________________

12. ____________________ 12. ____________________

DATE: ____________________

1. ____________________
2. ____________________
3. ____________________
4. ____________________
5. ____________________
6. ____________________
7. ____________________
8. ____________________
9. ____________________
10. ____________________
11. ____________________
12. ____________________

1. ____________________
2. ____________________
3. ____________________
4. ____________________
5. ____________________
6. ____________________
7. ____________________
8. ____________________
9. ____________________
10. ____________________
11. ____________________
12. ____________________

DATE: ____________________

1. ____________________
2. ____________________
3. ____________________
4. ____________________
5. ____________________
6. ____________________
7. ____________________
8. ____________________
9. ____________________
10. ____________________
11. ____________________
12. ____________________

1. ____________________
2. ____________________
3. ____________________
4. ____________________
5. ____________________
6. ____________________
7. ____________________
8. ____________________
9. ____________________
10. ____________________
11. ____________________
12. ____________________

DATE: ____________________

1. ____________________
2. ____________________
3. ____________________
4. ____________________
5. ____________________
6. ____________________
7. ____________________
8. ____________________
9. ____________________
10. ____________________
11. ____________________
12. ____________________

1. ____________________
2. ____________________
3. ____________________
4. ____________________
5. ____________________
6. ____________________
7. ____________________
8. ____________________
9. ____________________
10. ____________________
11. ____________________
12. ____________________

DATE: ______________________

1. ______________________
2. ______________________
3. ______________________
4. ______________________
5. ______________________
6. ______________________
7. ______________________
8. ______________________
9. ______________________
10. ______________________
11. ______________________
12. ______________________

1. ______________________
2. ______________________
3. ______________________
4. ______________________
5. ______________________
6. ______________________
7. ______________________
8. ______________________
9. ______________________
10. ______________________
11. ______________________
12. ______________________

DATE: ______________________

1. ______________________ 1. ______________________

2. ______________________ 2. ______________________

3. ______________________ 3. ______________________

4. ______________________ 4. ______________________

5. ______________________ 5. ______________________

6. ______________________ 6. ______________________

7. ______________________ 7. ______________________

8. ______________________ 8. ______________________

9. ______________________ 9. ______________________

10. ______________________ 10. ______________________

11. ______________________ 11. ______________________

12. ______________________ 12. ______________________

DATE: ____________________

1. ____________________ 1. ____________________

2. ____________________ 2. ____________________

3. ____________________ 3. ____________________

4. ____________________ 4. ____________________

5. ____________________ 5. ____________________

6. ____________________ 6. ____________________

7. ____________________ 7. ____________________

8. ____________________ 8. ____________________

9. ____________________ 9. ____________________

10. ____________________ 10. ____________________

11. ____________________ 11. ____________________

12. ____________________ 12. ____________________

DATE: ______________________

1. ______________________
2. ______________________
3. ______________________
4. ______________________
5. ______________________
6. ______________________
7. ______________________
8. ______________________
9. ______________________
10. ______________________
11. ______________________
12. ______________________

1. ______________________
2. ______________________
3. ______________________
4. ______________________
5. ______________________
6. ______________________
7. ______________________
8. ______________________
9. ______________________
10. ______________________
11. ______________________
12. ______________________

DATE: ______________________

1. ______________________
2. ______________________
3. ______________________
4. ______________________
5. ______________________
6. ______________________
7. ______________________
8. ______________________
9. ______________________
10. ______________________
11. ______________________
12. ______________________

1. ______________________
2. ______________________
3. ______________________
4. ______________________
5. ______________________
6. ______________________
7. ______________________
8. ______________________
9. ______________________
10. ______________________
11. ______________________
12. ______________________

DATE: ____________________

1. ____________________
2. ____________________
3. ____________________
4. ____________________
5. ____________________
6. ____________________
7. ____________________
8. ____________________
9. ____________________
10. ____________________
11. ____________________
12. ____________________

1. ____________________
2. ____________________
3. ____________________
4. ____________________
5. ____________________
6. ____________________
7. ____________________
8. ____________________
9. ____________________
10. ____________________
11. ____________________
12. ____________________

DATE: ______________________

1. ______________________
2. ______________________
3. ______________________
4. ______________________
5. ______________________
6. ______________________
7. ______________________
8. ______________________
9. ______________________
10. ______________________
11. ______________________
12. ______________________

1. ______________________
2. ______________________
3. ______________________
4. ______________________
5. ______________________
6. ______________________
7. ______________________
8. ______________________
9. ______________________
10. ______________________
11. ______________________
12. ______________________

DATE: ______________________

1. ______________________
2. ______________________
3. ______________________
4. ______________________
5. ______________________
6. ______________________
7. ______________________
8. ______________________
9. ______________________
10. ______________________
11. ______________________
12. ______________________

1. ______________________
2. ______________________
3. ______________________
4. ______________________
5. ______________________
6. ______________________
7. ______________________
8. ______________________
9. ______________________
10. ______________________
11. ______________________
12. ______________________

DATE: ____________________

1. ____________________
2. ____________________
3. ____________________
4. ____________________
5. ____________________
6. ____________________
7. ____________________
8. ____________________
9. ____________________
10. ____________________
11. ____________________
12. ____________________

1. ____________________
2. ____________________
3. ____________________
4. ____________________
5. ____________________
6. ____________________
7. ____________________
8. ____________________
9. ____________________
10. ____________________
11. ____________________
12. ____________________

DATE: ____________________

1. ____________________
2. ____________________
3. ____________________
4. ____________________
5. ____________________
6. ____________________
7. ____________________
8. ____________________
9. ____________________
10. ____________________
11. ____________________
12. ____________________

1. ____________________
2. ____________________
3. ____________________
4. ____________________
5. ____________________
6. ____________________
7. ____________________
8. ____________________
9. ____________________
10. ____________________
11. ____________________
12. ____________________

DATE: ____________________

1. ____________________
2. ____________________
3. ____________________
4. ____________________
5. ____________________
6. ____________________
7. ____________________
8. ____________________
9. ____________________
10. ____________________
11. ____________________
12. ____________________

1. ____________________
2. ____________________
3. ____________________
4. ____________________
5. ____________________
6. ____________________
7. ____________________
8. ____________________
9. ____________________
10. ____________________
11. ____________________
12. ____________________

DATE: ______________________

1. ______________________
2. ______________________
3. ______________________
4. ______________________
5. ______________________
6. ______________________
7. ______________________
8. ______________________
9. ______________________
10. ______________________
11. ______________________
12. ______________________

1. ______________________
2. ______________________
3. ______________________
4. ______________________
5. ______________________
6. ______________________
7. ______________________
8. ______________________
9. ______________________
10. ______________________
11. ______________________
12. ______________________

DATE: ______________________

1. ______________________
2. ______________________
3. ______________________
4. ______________________
5. ______________________
6. ______________________
7. ______________________
8. ______________________
9. ______________________
10. ______________________
11. ______________________
12. ______________________

1. ______________________
2. ______________________
3. ______________________
4. ______________________
5. ______________________
6. ______________________
7. ______________________
8. ______________________
9. ______________________
10. ______________________
11. ______________________
12. ______________________

DATE: ____________________

1. ____________________ 1. ____________________

2. ____________________ 2. ____________________

3. ____________________ 3. ____________________

4. ____________________ 4. ____________________

5. ____________________ 5. ____________________

6. ____________________ 6. ____________________

7. ____________________ 7. ____________________

8. ____________________ 8. ____________________

9. ____________________ 9. ____________________

10. ____________________ 10. ____________________

11. ____________________ 11. ____________________

12. ____________________ 12. ____________________

DATE: ______

1. ______
2. ______
3. ______
4. ______
5. ______
6. ______
7. ______
8. ______
9. ______
10. ______
11. ______
12. ______

1. ______
2. ______
3. ______
4. ______
5. ______
6. ______
7. ______
8. ______
9. ______
10. ______
11. ______
12. ______

DATE: ____________________

1. ____________________
2. ____________________
3. ____________________
4. ____________________
5. ____________________
6. ____________________
7. ____________________
8. ____________________
9. ____________________
10. ____________________
11. ____________________
12. ____________________

1. ____________________
2. ____________________
3. ____________________
4. ____________________
5. ____________________
6. ____________________
7. ____________________
8. ____________________
9. ____________________
10. ____________________
11. ____________________
12. ____________________

DATE: ____________________

1. ____________________
2. ____________________
3. ____________________
4. ____________________
5. ____________________
6. ____________________
7. ____________________
8. ____________________
9. ____________________
10. ____________________
11. ____________________
12. ____________________

1. ____________________
2. ____________________
3. ____________________
4. ____________________
5. ____________________
6. ____________________
7. ____________________
8. ____________________
9. ____________________
10. ____________________
11. ____________________
12. ____________________

DATE: ____________________

1. ____________________
2. ____________________
3. ____________________
4. ____________________
5. ____________________
6. ____________________
7. ____________________
8. ____________________
9. ____________________
10. ____________________
11. ____________________
12. ____________________

1. ____________________
2. ____________________
3. ____________________
4. ____________________
5. ____________________
6. ____________________
7. ____________________
8. ____________________
9. ____________________
10. ____________________
11. ____________________
12. ____________________

DATE: ______________________

1. ______________________
2. ______________________
3. ______________________
4. ______________________
5. ______________________
6. ______________________
7. ______________________
8. ______________________
9. ______________________
10. ______________________
11. ______________________
12. ______________________

1. ______________________
2. ______________________
3. ______________________
4. ______________________
5. ______________________
6. ______________________
7. ______________________
8. ______________________
9. ______________________
10. ______________________
11. ______________________
12. ______________________

DATE: ______________________

1. ______________________
2. ______________________
3. ______________________
4. ______________________
5. ______________________
6. ______________________
7. ______________________
8. ______________________
9. ______________________
10. ______________________
11. ______________________
12. ______________________

1. ______________________
2. ______________________
3. ______________________
4. ______________________
5. ______________________
6. ______________________
7. ______________________
8. ______________________
9. ______________________
10. ______________________
11. ______________________
12. ______________________

DATE: ____________________

1. ____________________
2. ____________________
3. ____________________
4. ____________________
5. ____________________
6. ____________________
7. ____________________
8. ____________________
9. ____________________
10. ____________________
11. ____________________
12. ____________________

1. ____________________
2. ____________________
3. ____________________
4. ____________________
5. ____________________
6. ____________________
7. ____________________
8. ____________________
9. ____________________
10. ____________________
11. ____________________
12. ____________________

DATE: ______

1. ______
2. ______
3. ______
4. ______
5. ______
6. ______
7. ______
8. ______
9. ______
10. ______
11. ______
12. ______

1. ______
2. ______
3. ______
4. ______
5. ______
6. ______
7. ______
8. ______
9. ______
10. ______
11. ______
12. ______

DATE: ______________________

1. ______________________
2. ______________________
3. ______________________
4. ______________________
5. ______________________
6. ______________________
7. ______________________
8. ______________________
9. ______________________
10. ______________________
11. ______________________
12. ______________________

1. ______________________
2. ______________________
3. ______________________
4. ______________________
5. ______________________
6. ______________________
7. ______________________
8. ______________________
9. ______________________
10. ______________________
11. ______________________
12. ______________________

DATE: ______

1. ______
2. ______
3. ______
4. ______
5. ______
6. ______
7. ______
8. ______
9. ______
10. ______
11. ______
12. ______

1. ______
2. ______
3. ______
4. ______
5. ______
6. ______
7. ______
8. ______
9. ______
10. ______
11. ______
12. ______

DATE: ______________________

1. ______________________
2. ______________________
3. ______________________
4. ______________________
5. ______________________
6. ______________________
7. ______________________
8. ______________________
9. ______________________
10. ______________________
11. ______________________
12. ______________________

1. ______________________
2. ______________________
3. ______________________
4. ______________________
5. ______________________
6. ______________________
7. ______________________
8. ______________________
9. ______________________
10. ______________________
11. ______________________
12. ______________________

DATE: ______________________

1. ______________________ 1. ______________________

2. ______________________ 2. ______________________

3. ______________________ 3. ______________________

4. ______________________ 4. ______________________

5. ______________________ 5. ______________________

6. ______________________ 6. ______________________

7. ______________________ 7. ______________________

8. ______________________ 8. ______________________

9. ______________________ 9. ______________________

10. ______________________ 10. ______________________

11. ______________________ 11. ______________________

12. ______________________ 12. ______________________

DATE: ____________________

1. ____________________
2. ____________________
3. ____________________
4. ____________________
5. ____________________
6. ____________________
7. ____________________
8. ____________________
9. ____________________
10. ____________________
11. ____________________
12. ____________________

1. ____________________
2. ____________________
3. ____________________
4. ____________________
5. ____________________
6. ____________________
7. ____________________
8. ____________________
9. ____________________
10. ____________________
11. ____________________
12. ____________________

DATE: ______________________

1. ______________________ 1. ______________________
2. ______________________ 2. ______________________
3. ______________________ 3. ______________________
4. ______________________ 4. ______________________
5. ______________________ 5. ______________________
6. ______________________ 6. ______________________
7. ______________________ 7. ______________________
8. ______________________ 8. ______________________
9. ______________________ 9. ______________________
10. ______________________ 10. ______________________
11. ______________________ 11. ______________________
12. ______________________ 12. ______________________

DATE: ______________________

1. ______________________

2. ______________________

3. ______________________

4. ______________________

5. ______________________

6. ______________________

7. ______________________

8. ______________________

9. ______________________

10. ______________________

11. ______________________

12. ______________________

1. ______________________

2. ______________________

3. ______________________

4. ______________________

5. ______________________

6. ______________________

7. ______________________

8. ______________________

9. ______________________

10. ______________________

11. ______________________

12. ______________________

DATE: ______________________

1. ______________________ 1. ______________________

2. ______________________ 2. ______________________

3. ______________________ 3. ______________________

4. ______________________ 4. ______________________

5. ______________________ 5. ______________________

6. ______________________ 6. ______________________

7. ______________________ 7. ______________________

8. ______________________ 8. ______________________

9. ______________________ 9. ______________________

10. ______________________ 10. ______________________

11. ______________________ 11. ______________________

12. ______________________ 12. ______________________

DATE: ____________________

1. ____________________
2. ____________________
3. ____________________
4. ____________________
5. ____________________
6. ____________________
7. ____________________
8. ____________________
9. ____________________
10. ____________________
11. ____________________
12. ____________________

1. ____________________
2. ____________________
3. ____________________
4. ____________________
5. ____________________
6. ____________________
7. ____________________
8. ____________________
9. ____________________
10. ____________________
11. ____________________
12. ____________________

DATE: ______________________

1. ______________________
2. ______________________
3. ______________________
4. ______________________
5. ______________________
6. ______________________
7. ______________________
8. ______________________
9. ______________________
10. ______________________
11. ______________________
12. ______________________

1. ______________________
2. ______________________
3. ______________________
4. ______________________
5. ______________________
6. ______________________
7. ______________________
8. ______________________
9. ______________________
10. ______________________
11. ______________________
12. ______________________

DATE: ______________________

1. ______________________
2. ______________________
3. ______________________
4. ______________________
5. ______________________
6. ______________________
7. ______________________
8. ______________________
9. ______________________
10. ______________________
11. ______________________
12. ______________________

1. ______________________
2. ______________________
3. ______________________
4. ______________________
5. ______________________
6. ______________________
7. ______________________
8. ______________________
9. ______________________
10. ______________________
11. ______________________
12. ______________________

DATE: ____________________

1. ____________________	1. ____________________
2. ____________________	2. ____________________
3. ____________________	3. ____________________
4. ____________________	4. ____________________
5. ____________________	5. ____________________
6. ____________________	6. ____________________
7. ____________________	7. ____________________
8. ____________________	8. ____________________
9. ____________________	9. ____________________
10. ____________________	10. ____________________
11. ____________________	11. ____________________
12. ____________________	12. ____________________

DATE: ______________________

1. ______________________
2. ______________________
3. ______________________
4. ______________________
5. ______________________
6. ______________________
7. ______________________
8. ______________________
9. ______________________
10. ______________________
11. ______________________
12. ______________________

1. ______________________
2. ______________________
3. ______________________
4. ______________________
5. ______________________
6. ______________________
7. ______________________
8. ______________________
9. ______________________
10. ______________________
11. ______________________
12. ______________________

DATE: ____________________

1. ____________________
2. ____________________
3. ____________________
4. ____________________
5. ____________________
6. ____________________
7. ____________________
8. ____________________
9. ____________________
10. ____________________
11. ____________________
12. ____________________

1. ____________________
2. ____________________
3. ____________________
4. ____________________
5. ____________________
6. ____________________
7. ____________________
8. ____________________
9. ____________________
10. ____________________
11. ____________________
12. ____________________

DATE: ______________________

1. ______________________
2. ______________________
3. ______________________
4. ______________________
5. ______________________
6. ______________________
7. ______________________
8. ______________________
9. ______________________
10. ______________________
11. ______________________
12. ______________________

1. ______________________
2. ______________________
3. ______________________
4. ______________________
5. ______________________
6. ______________________
7. ______________________
8. ______________________
9. ______________________
10. ______________________
11. ______________________
12. ______________________

DATE: ______________________

1. ______________________ 1. ______________________

2. ______________________ 2. ______________________

3. ______________________ 3. ______________________

4. ______________________ 4. ______________________

5. ______________________ 5. ______________________

6. ______________________ 6. ______________________

7. ______________________ 7. ______________________

8. ______________________ 8. ______________________

9. ______________________ 9. ______________________

10. ______________________ 10. ______________________

11. ______________________ 11. ______________________

12. ______________________ 12. ______________________

DATE: ______________________

1. ______________________
2. ______________________
3. ______________________
4. ______________________
5. ______________________
6. ______________________
7. ______________________
8. ______________________
9. ______________________
10. ______________________
11. ______________________
12. ______________________

1. ______________________
2. ______________________
3. ______________________
4. ______________________
5. ______________________
6. ______________________
7. ______________________
8. ______________________
9. ______________________
10. ______________________
11. ______________________
12. ______________________

DATE: ______________________

1. ______________________
2. ______________________
3. ______________________
4. ______________________
5. ______________________
6. ______________________
7. ______________________
8. ______________________
9. ______________________
10. ______________________
11. ______________________
12. ______________________

1. ______________________
2. ______________________
3. ______________________
4. ______________________
5. ______________________
6. ______________________
7. ______________________
8. ______________________
9. ______________________
10. ______________________
11. ______________________
12. ______________________

DATE: ______________________

1. ______________________
2. ______________________
3. ______________________
4. ______________________
5. ______________________
6. ______________________
7. ______________________
8. ______________________
9. ______________________
10. ______________________
11. ______________________
12. ______________________

1. ______________________
2. ______________________
3. ______________________
4. ______________________
5. ______________________
6. ______________________
7. ______________________
8. ______________________
9. ______________________
10. ______________________
11. ______________________
12. ______________________

DATE: ____________________

1. ____________________ 1. ____________________

2. ____________________ 2. ____________________

3. ____________________ 3. ____________________

4. ____________________ 4. ____________________

5. ____________________ 5. ____________________

6. ____________________ 6. ____________________

7. ____________________ 7. ____________________

8. ____________________ 8. ____________________

9. ____________________ 9. ____________________

10. ____________________ 10. ____________________

11. ____________________ 11. ____________________

12. ____________________ 12. ____________________

DATE: ____________________

1. ____________________	1. ____________________
2. ____________________	2. ____________________
3. ____________________	3. ____________________
4. ____________________	4. ____________________
5. ____________________	5. ____________________
6. ____________________	6. ____________________
7. ____________________	7. ____________________
8. ____________________	8. ____________________
9. ____________________	9. ____________________
10. ____________________	10. ____________________
11. ____________________	11. ____________________
12. ____________________	12. ____________________

DATE: ______________________

1. ______________________ 1. ______________________

2. ______________________ 2. ______________________

3. ______________________ 3. ______________________

4. ______________________ 4. ______________________

5. ______________________ 5. ______________________

6. ______________________ 6. ______________________

7. ______________________ 7. ______________________

8. ______________________ 8. ______________________

9. ______________________ 9. ______________________

10. ______________________ 10. ______________________

11. ______________________ 11. ______________________

12. ______________________ 12. ______________________

DATE: ____________________

1. ____________________
2. ____________________
3. ____________________
4. ____________________
5. ____________________
6. ____________________
7. ____________________
8. ____________________
9. ____________________
10. ____________________
11. ____________________
12. ____________________

1. ____________________
2. ____________________
3. ____________________
4. ____________________
5. ____________________
6. ____________________
7. ____________________
8. ____________________
9. ____________________
10. ____________________
11. ____________________
12. ____________________

DATE: ____________________

1. ____________________
2. ____________________
3. ____________________
4. ____________________
5. ____________________
6. ____________________
7. ____________________
8. ____________________
9. ____________________
10. ____________________
11. ____________________
12. ____________________

1. ____________________
2. ____________________
3. ____________________
4. ____________________
5. ____________________
6. ____________________
7. ____________________
8. ____________________
9. ____________________
10. ____________________
11. ____________________
12. ____________________

DATE: ____________________

1. ____________________
2. ____________________
3. ____________________
4. ____________________
5. ____________________
6. ____________________
7. ____________________
8. ____________________
9. ____________________
10. ____________________
11. ____________________
12. ____________________

1. ____________________
2. ____________________
3. ____________________
4. ____________________
5. ____________________
6. ____________________
7. ____________________
8. ____________________
9. ____________________
10. ____________________
11. ____________________
12. ____________________

DATE: ____________________

1. ____________________
2. ____________________
3. ____________________
4. ____________________
5. ____________________
6. ____________________
7. ____________________
8. ____________________
9. ____________________
10. ____________________
11. ____________________
12. ____________________

1. ____________________
2. ____________________
3. ____________________
4. ____________________
5. ____________________
6. ____________________
7. ____________________
8. ____________________
9. ____________________
10. ____________________
11. ____________________
12. ____________________

DATE: ______________________

1. ______________________

2. ______________________

3. ______________________

4. ______________________

5. ______________________

6. ______________________

7. ______________________

8. ______________________

9. ______________________

10. ______________________

11. ______________________

12. ______________________

1. ______________________

2. ______________________

3. ______________________

4. ______________________

5. ______________________

6. ______________________

7. ______________________

8. ______________________

9. ______________________

10. ______________________

11. ______________________

12. ______________________

DATE: ______________________

1. ______________________

2. ______________________

3. ______________________

4. ______________________

5. ______________________

6. ______________________

7. ______________________

8. ______________________

9. ______________________

10. ______________________

11. ______________________

12. ______________________

1. ______________________

2. ______________________

3. ______________________

4. ______________________

5. ______________________

6. ______________________

7. ______________________

8. ______________________

9. ______________________

10. ______________________

11. ______________________

12. ______________________

DATE: ______________________

1. ______________________
2. ______________________
3. ______________________
4. ______________________
5. ______________________
6. ______________________
7. ______________________
8. ______________________
9. ______________________
10. ______________________
11. ______________________
12. ______________________

1. ______________________
2. ______________________
3. ______________________
4. ______________________
5. ______________________
6. ______________________
7. ______________________
8. ______________________
9. ______________________
10. ______________________
11. ______________________
12. ______________________

DATE: ______

1. ______ 1. ______
2. ______ 2. ______
3. ______ 3. ______
4. ______ 4. ______
5. ______ 5. ______
6. ______ 6. ______
7. ______ 7. ______
8. ______ 8. ______
9. ______ 9. ______
10. ______ 10. ______
11. ______ 11. ______
12. ______ 12. ______

DATE: ______________________

1. ______________________ 1. ______________________

2. ______________________ 2. ______________________

3. ______________________ 3. ______________________

4. ______________________ 4. ______________________

5. ______________________ 5. ______________________

6. ______________________ 6. ______________________

7. ______________________ 7. ______________________

8. ______________________ 8. ______________________

9. ______________________ 9. ______________________

10. ______________________ 10. ______________________

11. ______________________ 11. ______________________

12. ______________________ 12. ______________________

DATE: ____________________

1. ____________________
2. ____________________
3. ____________________
4. ____________________
5. ____________________
6. ____________________
7. ____________________
8. ____________________
9. ____________________
10. ____________________
11. ____________________
12. ____________________

1. ____________________
2. ____________________
3. ____________________
4. ____________________
5. ____________________
6. ____________________
7. ____________________
8. ____________________
9. ____________________
10. ____________________
11. ____________________
12. ____________________

DATE: ____________________

1. ____________________
2. ____________________
3. ____________________
4. ____________________
5. ____________________
6. ____________________
7. ____________________
8. ____________________
9. ____________________
10. ____________________
11. ____________________
12. ____________________

1. ____________________
2. ____________________
3. ____________________
4. ____________________
5. ____________________
6. ____________________
7. ____________________
8. ____________________
9. ____________________
10. ____________________
11. ____________________
12. ____________________

DATE: ____________________

1. ____________________
2. ____________________
3. ____________________
4. ____________________
5. ____________________
6. ____________________
7. ____________________
8. ____________________
9. ____________________
10. ____________________
11. ____________________
12. ____________________

1. ____________________
2. ____________________
3. ____________________
4. ____________________
5. ____________________
6. ____________________
7. ____________________
8. ____________________
9. ____________________
10. ____________________
11. ____________________
12. ____________________

DATE: ______________________

1. ______________________
2. ______________________
3. ______________________
4. ______________________
5. ______________________
6. ______________________
7. ______________________
8. ______________________
9. ______________________
10. ______________________
11. ______________________
12. ______________________

1. ______________________
2. ______________________
3. ______________________
4. ______________________
5. ______________________
6. ______________________
7. ______________________
8. ______________________
9. ______________________
10. ______________________
11. ______________________
12. ______________________

DATE: ____________________

1. ____________________
2. ____________________
3. ____________________
4. ____________________
5. ____________________
6. ____________________
7. ____________________
8. ____________________
9. ____________________
10. ____________________
11. ____________________
12. ____________________

1. ____________________
2. ____________________
3. ____________________
4. ____________________
5. ____________________
6. ____________________
7. ____________________
8. ____________________
9. ____________________
10. ____________________
11. ____________________
12. ____________________

DATE: ____________________

1. ____________________	1. ____________________
2. ____________________	2. ____________________
3. ____________________	3. ____________________
4. ____________________	4. ____________________
5. ____________________	5. ____________________
6. ____________________	6. ____________________
7. ____________________	7. ____________________
8. ____________________	8. ____________________
9. ____________________	9. ____________________
10. ____________________	10. ____________________
11. ____________________	11. ____________________
12. ____________________	12. ____________________

DATE: ____________________

1. ____________________
2. ____________________
3. ____________________
4. ____________________
5. ____________________
6. ____________________
7. ____________________
8. ____________________
9. ____________________
10. ____________________
11. ____________________
12. ____________________

1. ____________________
2. ____________________
3. ____________________
4. ____________________
5. ____________________
6. ____________________
7. ____________________
8. ____________________
9. ____________________
10. ____________________
11. ____________________
12. ____________________

DATE: ______________________

1. ______________________

2. ______________________

3. ______________________

4. ______________________

5. ______________________

6. ______________________

7. ______________________

8. ______________________

9. ______________________

10. ______________________

11. ______________________

12. ______________________

1. ______________________

2. ______________________

3. ______________________

4. ______________________

5. ______________________

6. ______________________

7. ______________________

8. ______________________

9. ______________________

10. ______________________

11. ______________________

12. ______________________

DATE: ____________________

1. ____________________
2. ____________________
3. ____________________
4. ____________________
5. ____________________
6. ____________________
7. ____________________
8. ____________________
9. ____________________
10. ____________________
11. ____________________
12. ____________________

1. ____________________
2. ____________________
3. ____________________
4. ____________________
5. ____________________
6. ____________________
7. ____________________
8. ____________________
9. ____________________
10. ____________________
11. ____________________
12. ____________________

DATE: ____________________

1. ____________________
2. ____________________
3. ____________________
4. ____________________
5. ____________________
6. ____________________
7. ____________________
8. ____________________
9. ____________________
10. ____________________
11. ____________________
12. ____________________

1. ____________________
2. ____________________
3. ____________________
4. ____________________
5. ____________________
6. ____________________
7. ____________________
8. ____________________
9. ____________________
10. ____________________
11. ____________________
12. ____________________

DATE: ____________________

1. ____________________
2. ____________________
3. ____________________
4. ____________________
5. ____________________
6. ____________________
7. ____________________
8. ____________________
9. ____________________
10. ____________________
11. ____________________
12. ____________________

1. ____________________
2. ____________________
3. ____________________
4. ____________________
5. ____________________
6. ____________________
7. ____________________
8. ____________________
9. ____________________
10. ____________________
11. ____________________
12. ____________________

DATE: ____________________

1. ____________________
2. ____________________
3. ____________________
4. ____________________
5. ____________________
6. ____________________
7. ____________________
8. ____________________
9. ____________________
10. ____________________
11. ____________________
12. ____________________

1. ____________________
2. ____________________
3. ____________________
4. ____________________
5. ____________________
6. ____________________
7. ____________________
8. ____________________
9. ____________________
10. ____________________
11. ____________________
12. ____________________

DATE: ____________________

1. ____________________
2. ____________________
3. ____________________
4. ____________________
5. ____________________
6. ____________________
7. ____________________
8. ____________________
9. ____________________
10. ____________________
11. ____________________
12. ____________________

1. ____________________
2. ____________________
3. ____________________
4. ____________________
5. ____________________
6. ____________________
7. ____________________
8. ____________________
9. ____________________
10. ____________________
11. ____________________
12. ____________________

DATE: ______________________

1. ______________________
2. ______________________
3. ______________________
4. ______________________
5. ______________________
6. ______________________
7. ______________________
8. ______________________
9. ______________________
10. ______________________
11. ______________________
12. ______________________

1. ______________________
2. ______________________
3. ______________________
4. ______________________
5. ______________________
6. ______________________
7. ______________________
8. ______________________
9. ______________________
10. ______________________
11. ______________________
12. ______________________

DATE: ____________________

1. ____________________ 1. ____________________

2. ____________________ 2. ____________________

3. ____________________ 3. ____________________

4. ____________________ 4. ____________________

5. ____________________ 5. ____________________

6. ____________________ 6. ____________________

7. ____________________ 7. ____________________

8. ____________________ 8. ____________________

9. ____________________ 9. ____________________

10. ____________________ 10. ____________________

11. ____________________ 11. ____________________

12. ____________________ 12. ____________________

DATE: ____________________

1. ____________________
2. ____________________
3. ____________________
4. ____________________
5. ____________________
6. ____________________
7. ____________________
8. ____________________
9. ____________________
10. ____________________
11. ____________________
12. ____________________

1. ____________________
2. ____________________
3. ____________________
4. ____________________
5. ____________________
6. ____________________
7. ____________________
8. ____________________
9. ____________________
10. ____________________
11. ____________________
12. ____________________

DATE: ______________________________

1. ______________________________ 1. ______________________________

2. ______________________________ 2. ______________________________

3. ______________________________ 3. ______________________________

4. ______________________________ 4. ______________________________

5. ______________________________ 5. ______________________________

6. ______________________________ 6. ______________________________

7. ______________________________ 7. ______________________________

8. ______________________________ 8. ______________________________

9. ______________________________ 9. ______________________________

10. ______________________________ 10. ______________________________

11. ______________________________ 11. ______________________________

12. ______________________________ 12. ______________________________

DATE: ____________________

1. ____________________
2. ____________________
3. ____________________
4. ____________________
5. ____________________
6. ____________________
7. ____________________
8. ____________________
9. ____________________
10. ____________________
11. ____________________
12. ____________________

1. ____________________
2. ____________________
3. ____________________
4. ____________________
5. ____________________
6. ____________________
7. ____________________
8. ____________________
9. ____________________
10. ____________________
11. ____________________
12. ____________________

DATE: ____________________

1. ____________________ 1. ____________________

2. ____________________ 2. ____________________

3. ____________________ 3. ____________________

4. ____________________ 4. ____________________

5. ____________________ 5. ____________________

6. ____________________ 6. ____________________

7. ____________________ 7. ____________________

8. ____________________ 8. ____________________

9. ____________________ 9. ____________________

10. ____________________ 10. ____________________

11. ____________________ 11. ____________________

12. ____________________ 12. ____________________

DATE: ______________________

1. ______________________
2. ______________________
3. ______________________
4. ______________________
5. ______________________
6. ______________________
7. ______________________
8. ______________________
9. ______________________
10. ______________________
11. ______________________
12. ______________________

1. ______________________
2. ______________________
3. ______________________
4. ______________________
5. ______________________
6. ______________________
7. ______________________
8. ______________________
9. ______________________
10. ______________________
11. ______________________
12. ______________________

DATE: ____________________

1. ____________________
2. ____________________
3. ____________________
4. ____________________
5. ____________________
6. ____________________
7. ____________________
8. ____________________
9. ____________________
10. ____________________
11. ____________________
12. ____________________

1. ____________________
2. ____________________
3. ____________________
4. ____________________
5. ____________________
6. ____________________
7. ____________________
8. ____________________
9. ____________________
10. ____________________
11. ____________________
12. ____________________

DATE: ____________________

1. ____________________
2. ____________________
3. ____________________
4. ____________________
5. ____________________
6. ____________________
7. ____________________
8. ____________________
9. ____________________
10. ____________________
11. ____________________
12. ____________________

1. ____________________
2. ____________________
3. ____________________
4. ____________________
5. ____________________
6. ____________________
7. ____________________
8. ____________________
9. ____________________
10. ____________________
11. ____________________
12. ____________________

DATE: ____________________

1. ____________________
2. ____________________
3. ____________________
4. ____________________
5. ____________________
6. ____________________
7. ____________________
8. ____________________
9. ____________________
10. ____________________
11. ____________________
12. ____________________

1. ____________________
2. ____________________
3. ____________________
4. ____________________
5. ____________________
6. ____________________
7. ____________________
8. ____________________
9. ____________________
10. ____________________
11. ____________________
12. ____________________

DATE: ______________________

1. ______________________
2. ______________________
3. ______________________
4. ______________________
5. ______________________
6. ______________________
7. ______________________
8. ______________________
9. ______________________
10. ______________________
11. ______________________
12. ______________________

1. ______________________
2. ______________________
3. ______________________
4. ______________________
5. ______________________
6. ______________________
7. ______________________
8. ______________________
9. ______________________
10. ______________________
11. ______________________
12. ______________________

DATE: ______________________

1. ______________________
2. ______________________
3. ______________________
4. ______________________
5. ______________________
6. ______________________
7. ______________________
8. ______________________
9. ______________________
10. ______________________
11. ______________________
12. ______________________

1. ______________________
2. ______________________
3. ______________________
4. ______________________
5. ______________________
6. ______________________
7. ______________________
8. ______________________
9. ______________________
10. ______________________
11. ______________________
12. ______________________

DATE: ____________________

1. ____________________
2. ____________________
3. ____________________
4. ____________________
5. ____________________
6. ____________________
7. ____________________
8. ____________________
9. ____________________
10. ____________________
11. ____________________
12. ____________________

1. ____________________
2. ____________________
3. ____________________
4. ____________________
5. ____________________
6. ____________________
7. ____________________
8. ____________________
9. ____________________
10. ____________________
11. ____________________
12. ____________________

DATE: ______

1. ______
2. ______
3. ______
4. ______
5. ______
6. ______
7. ______
8. ______
9. ______
10. ______
11. ______
12. ______

1. ______
2. ______
3. ______
4. ______
5. ______
6. ______
7. ______
8. ______
9. ______
10. ______
11. ______
12. ______

DATE: ______________________

1. ______________________
2. ______________________
3. ______________________
4. ______________________
5. ______________________
6. ______________________
7. ______________________
8. ______________________
9. ______________________
10. ______________________
11. ______________________
12. ______________________

1. ______________________
2. ______________________
3. ______________________
4. ______________________
5. ______________________
6. ______________________
7. ______________________
8. ______________________
9. ______________________
10. ______________________
11. ______________________
12. ______________________

DATE: ______________________

1. ______________________ 1. ______________________

2. ______________________ 2. ______________________

3. ______________________ 3. ______________________

4. ______________________ 4. ______________________

5. ______________________ 5. ______________________

6. ______________________ 6. ______________________

7. ______________________ 7. ______________________

8. ______________________ 8. ______________________

9. ______________________ 9. ______________________

10. ______________________ 10. ______________________

11. ______________________ 11. ______________________

12. ______________________ 12. ______________________

DATE: ____________________

1. ____________________
2. ____________________
3. ____________________
4. ____________________
5. ____________________
6. ____________________
7. ____________________
8. ____________________
9. ____________________
10. ____________________
11. ____________________
12. ____________________

1. ____________________
2. ____________________
3. ____________________
4. ____________________
5. ____________________
6. ____________________
7. ____________________
8. ____________________
9. ____________________
10. ____________________
11. ____________________
12. ____________________

DATE: ______________________

1. ______________________	1. ______________________
2. ______________________	2. ______________________
3. ______________________	3. ______________________
4. ______________________	4. ______________________
5. ______________________	5. ______________________
6. ______________________	6. ______________________
7. ______________________	7. ______________________
8. ______________________	8. ______________________
9. ______________________	9. ______________________
10. ______________________	10. ______________________
11. ______________________	11. ______________________
12. ______________________	12. ______________________

DATE: ______________________

1. ______________________
2. ______________________
3. ______________________
4. ______________________
5. ______________________
6. ______________________
7. ______________________
8. ______________________
9. ______________________
10. ______________________
11. ______________________
12. ______________________

1. ______________________
2. ______________________
3. ______________________
4. ______________________
5. ______________________
6. ______________________
7. ______________________
8. ______________________
9. ______________________
10. ______________________
11. ______________________
12. ______________________

DATE: ______________________

1. ____________________	1. ____________________
2. ____________________	2. ____________________
3. ____________________	3. ____________________
4. ____________________	4. ____________________
5. ____________________	5. ____________________
6. ____________________	6. ____________________
7. ____________________	7. ____________________
8. ____________________	8. ____________________
9. ____________________	9. ____________________
10. ____________________	10. ____________________
11. ____________________	11. ____________________
12. ____________________	12. ____________________

DATE: ______________________________

1. ______________________________
2. ______________________________
3. ______________________________
4. ______________________________
5. ______________________________
6. ______________________________
7. ______________________________
8. ______________________________
9. ______________________________
10. ______________________________
11. ______________________________
12. ______________________________

1. ______________________________
2. ______________________________
3. ______________________________
4. ______________________________
5. ______________________________
6. ______________________________
7. ______________________________
8. ______________________________
9. ______________________________
10. ______________________________
11. ______________________________
12. ______________________________

DATE: ____________________

1. ____________________
2. ____________________
3. ____________________
4. ____________________
5. ____________________
6. ____________________
7. ____________________
8. ____________________
9. ____________________
10. ____________________
11. ____________________
12. ____________________

1. ____________________
2. ____________________
3. ____________________
4. ____________________
5. ____________________
6. ____________________
7. ____________________
8. ____________________
9. ____________________
10. ____________________
11. ____________________
12. ____________________

DATE: ______________________

1. ______________________
2. ______________________
3. ______________________
4. ______________________
5. ______________________
6. ______________________
7. ______________________
8. ______________________
9. ______________________
10. ______________________
11. ______________________
12. ______________________

1. ______________________
2. ______________________
3. ______________________
4. ______________________
5. ______________________
6. ______________________
7. ______________________
8. ______________________
9. ______________________
10. ______________________
11. ______________________
12. ______________________

DATE: ______________________

1. ______________________

2. ______________________

3. ______________________

4. ______________________

5. ______________________

6. ______________________

7. ______________________

8. ______________________

9. ______________________

10. ______________________

11. ______________________

12. ______________________

1. ______________________

2. ______________________

3. ______________________

4. ______________________

5. ______________________

6. ______________________

7. ______________________

8. ______________________

9. ______________________

10. ______________________

11. ______________________

12. ______________________

DATE: ____________________

1. ____________________ 1. ____________________

2. ____________________ 2. ____________________

3. ____________________ 3. ____________________

4. ____________________ 4. ____________________

5. ____________________ 5. ____________________

6. ____________________ 6. ____________________

7. ____________________ 7. ____________________

8. ____________________ 8. ____________________

9. ____________________ 9. ____________________

10. ____________________ 10. ____________________

11. ____________________ 11. ____________________

12. ____________________ 12. ____________________

DATE: ____________________

1. ____________________ 1. ____________________

2. ____________________ 2. ____________________

3. ____________________ 3. ____________________

4. ____________________ 4. ____________________

5. ____________________ 5. ____________________

6. ____________________ 6. ____________________

7. ____________________ 7. ____________________

8. ____________________ 8. ____________________

9. ____________________ 9. ____________________

10. ____________________ 10. ____________________

11. ____________________ 11. ____________________

12. ____________________ 12. ____________________

DATE: ______________________

1. ______________________ 1. ______________________

2. ______________________ 2. ______________________

3. ______________________ 3. ______________________

4. ______________________ 4. ______________________

5. ______________________ 5. ______________________

6. ______________________ 6. ______________________

7. ______________________ 7. ______________________

8. ______________________ 8. ______________________

9. ______________________ 9. ______________________

10. ______________________ 10. ______________________

11. ______________________ 11. ______________________

12. ______________________ 12. ______________________

DATE: ____________________

1. ____________________ 1. ____________________

2. ____________________ 2. ____________________

3. ____________________ 3. ____________________

4. ____________________ 4. ____________________

5. ____________________ 5. ____________________

6. ____________________ 6. ____________________

7. ____________________ 7. ____________________

8. ____________________ 8. ____________________

9. ____________________ 9. ____________________

10. ____________________ 10. ____________________

11. ____________________ 11. ____________________

12. ____________________ 12. ____________________

DATE: ______________________

1. ______________________
2. ______________________
3. ______________________
4. ______________________
5. ______________________
6. ______________________
7. ______________________
8. ______________________
9. ______________________
10. ______________________
11. ______________________
12. ______________________

1. ______________________
2. ______________________
3. ______________________
4. ______________________
5. ______________________
6. ______________________
7. ______________________
8. ______________________
9. ______________________
10. ______________________
11. ______________________
12. ______________________

DATE: ______________________

1. ______________________
2. ______________________
3. ______________________
4. ______________________
5. ______________________
6. ______________________
7. ______________________
8. ______________________
9. ______________________
10. ______________________
11. ______________________
12. ______________________

1. ______________________
2. ______________________
3. ______________________
4. ______________________
5. ______________________
6. ______________________
7. ______________________
8. ______________________
9. ______________________
10. ______________________
11. ______________________
12. ______________________

DATE: ____________________

1. ____________________
2. ____________________
3. ____________________
4. ____________________
5. ____________________
6. ____________________
7. ____________________
8. ____________________
9. ____________________
10. ____________________
11. ____________________
12. ____________________

1. ____________________
2. ____________________
3. ____________________
4. ____________________
5. ____________________
6. ____________________
7. ____________________
8. ____________________
9. ____________________
10. ____________________
11. ____________________
12. ____________________

DATE: ______________________

1. ______________________
2. ______________________
3. ______________________
4. ______________________
5. ______________________
6. ______________________
7. ______________________
8. ______________________
9. ______________________
10. ______________________
11. ______________________
12. ______________________

1. ______________________
2. ______________________
3. ______________________
4. ______________________
5. ______________________
6. ______________________
7. ______________________
8. ______________________
9. ______________________
10. ______________________
11. ______________________
12. ______________________

DATE: ______________________

1. ______________________
2. ______________________
3. ______________________
4. ______________________
5. ______________________
6. ______________________
7. ______________________
8. ______________________
9. ______________________
10. ______________________
11. ______________________
12. ______________________

1. ______________________
2. ______________________
3. ______________________
4. ______________________
5. ______________________
6. ______________________
7. ______________________
8. ______________________
9. ______________________
10. ______________________
11. ______________________
12. ______________________

DATE: ______________________

1. ______________________
2. ______________________
3. ______________________
4. ______________________
5. ______________________
6. ______________________
7. ______________________
8. ______________________
9. ______________________
10. ______________________
11. ______________________
12. ______________________

1. ______________________
2. ______________________
3. ______________________
4. ______________________
5. ______________________
6. ______________________
7. ______________________
8. ______________________
9. ______________________
10. ______________________
11. ______________________
12. ______________________

DATE: ______

1. ______
2. ______
3. ______
4. ______
5. ______
6. ______
7. ______
8. ______
9. ______
10. ______
11. ______
12. ______

1. ______
2. ______
3. ______
4. ______
5. ______
6. ______
7. ______
8. ______
9. ______
10. ______
11. ______
12. ______

DATE: ____________________

1. ____________________ 1. ____________________

2. ____________________ 2. ____________________

3. ____________________ 3. ____________________

4. ____________________ 4. ____________________

5. ____________________ 5. ____________________

6. ____________________ 6. ____________________

7. ____________________ 7. ____________________

8. ____________________ 8. ____________________

9. ____________________ 9. ____________________

10. ____________________ 10. ____________________

11. ____________________ 11. ____________________

12. ____________________ 12. ____________________

DATE: ______________________

1. ______________________
2. ______________________
3. ______________________
4. ______________________
5. ______________________
6. ______________________
7. ______________________
8. ______________________
9. ______________________
10. ______________________
11. ______________________
12. ______________________

1. ______________________
2. ______________________
3. ______________________
4. ______________________
5. ______________________
6. ______________________
7. ______________________
8. ______________________
9. ______________________
10. ______________________
11. ______________________
12. ______________________

DATE: ____________________

1. ____________________
2. ____________________
3. ____________________
4. ____________________
5. ____________________
6. ____________________
7. ____________________
8. ____________________
9. ____________________
10. ____________________
11. ____________________
12. ____________________

1. ____________________
2. ____________________
3. ____________________
4. ____________________
5. ____________________
6. ____________________
7. ____________________
8. ____________________
9. ____________________
10. ____________________
11. ____________________
12. ____________________

DATE: ____________________

1. ____________________
2. ____________________
3. ____________________
4. ____________________
5. ____________________
6. ____________________
7. ____________________
8. ____________________
9. ____________________
10. ____________________
11. ____________________
12. ____________________

1. ____________________
2. ____________________
3. ____________________
4. ____________________
5. ____________________
6. ____________________
7. ____________________
8. ____________________
9. ____________________
10. ____________________
11. ____________________
12. ____________________

DATE: ______________________

1. ______________________ 1. ______________________

2. ______________________ 2. ______________________

3. ______________________ 3. ______________________

4. ______________________ 4. ______________________

5. ______________________ 5. ______________________

6. ______________________ 6. ______________________

7. ______________________ 7. ______________________

8. ______________________ 8. ______________________

9. ______________________ 9. ______________________

10. ______________________ 10. ______________________

11. ______________________ 11. ______________________

12. ______________________ 12. ______________________

DATE: ______________________

1. ______________________
2. ______________________
3. ______________________
4. ______________________
5. ______________________
6. ______________________
7. ______________________
8. ______________________
9. ______________________
10. ______________________
11. ______________________
12. ______________________

1. ______________________
2. ______________________
3. ______________________
4. ______________________
5. ______________________
6. ______________________
7. ______________________
8. ______________________
9. ______________________
10. ______________________
11. ______________________
12. ______________________

DATE: ____________________

1. ____________________
2. ____________________
3. ____________________
4. ____________________
5. ____________________
6. ____________________
7. ____________________
8. ____________________
9. ____________________
10. ____________________
11. ____________________
12. ____________________

1. ____________________
2. ____________________
3. ____________________
4. ____________________
5. ____________________
6. ____________________
7. ____________________
8. ____________________
9. ____________________
10. ____________________
11. ____________________
12. ____________________

DATE: ______________________

1. ______________________
2. ______________________
3. ______________________
4. ______________________
5. ______________________
6. ______________________
7. ______________________
8. ______________________
9. ______________________
10. ______________________
11. ______________________
12. ______________________

1. ______________________
2. ______________________
3. ______________________
4. ______________________
5. ______________________
6. ______________________
7. ______________________
8. ______________________
9. ______________________
10. ______________________
11. ______________________
12. ______________________

DATE: ______________________

1. ______________________
2. ______________________
3. ______________________
4. ______________________
5. ______________________
6. ______________________
7. ______________________
8. ______________________
9. ______________________
10. ______________________
11. ______________________
12. ______________________

1. ______________________
2. ______________________
3. ______________________
4. ______________________
5. ______________________
6. ______________________
7. ______________________
8. ______________________
9. ______________________
10. ______________________
11. ______________________
12. ______________________

DATE: ______________________

1. ______________________ 1. ______________________
2. ______________________ 2. ______________________
3. ______________________ 3. ______________________
4. ______________________ 4. ______________________
5. ______________________ 5. ______________________
6. ______________________ 6. ______________________
7. ______________________ 7. ______________________
8. ______________________ 8. ______________________
9. ______________________ 9. ______________________
10. ______________________ 10. ______________________
11. ______________________ 11. ______________________
12. ______________________ 12. ______________________

DATE: ______________________

1. ______________________ 1. ______________________

2. ______________________ 2. ______________________

3. ______________________ 3. ______________________

4. ______________________ 4. ______________________

5. ______________________ 5. ______________________

6. ______________________ 6. ______________________

7. ______________________ 7. ______________________

8. ______________________ 8. ______________________

9. ______________________ 9. ______________________

10. ______________________ 10. ______________________

11. ______________________ 11. ______________________

12. ______________________ 12. ______________________

DATE: ____________________

1. ____________________ 1. ____________________

2. ____________________ 2. ____________________

3. ____________________ 3. ____________________

4. ____________________ 4. ____________________

5. ____________________ 5. ____________________

6. ____________________ 6. ____________________

7. ____________________ 7. ____________________

8. ____________________ 8. ____________________

9. ____________________ 9. ____________________

10. ____________________ 10. ____________________

11. ____________________ 11. ____________________

12. ____________________ 12. ____________________

DATE: ____________________

1. ____________________ 1. ____________________

2. ____________________ 2. ____________________

3. ____________________ 3. ____________________

4. ____________________ 4. ____________________

5. ____________________ 5. ____________________

6. ____________________ 6. ____________________

7. ____________________ 7. ____________________

8. ____________________ 8. ____________________

9. ____________________ 9. ____________________

10. ____________________ 10. ____________________

11. ____________________ 11. ____________________

12. ____________________ 12. ____________________

DATE: ____________________

1. ____________________
2. ____________________
3. ____________________
4. ____________________
5. ____________________
6. ____________________
7. ____________________
8. ____________________
9. ____________________
10. ____________________
11. ____________________
12. ____________________

1. ____________________
2. ____________________
3. ____________________
4. ____________________
5. ____________________
6. ____________________
7. ____________________
8. ____________________
9. ____________________
10. ____________________
11. ____________________
12. ____________________

DATE: ______________________

1. ______________________ 1. ______________________

2. ______________________ 2. ______________________

3. ______________________ 3. ______________________

4. ______________________ 4. ______________________

5. ______________________ 5. ______________________

6. ______________________ 6. ______________________

7. ______________________ 7. ______________________

8. ______________________ 8. ______________________

9. ______________________ 9. ______________________

10. ______________________ 10. ______________________

11. ______________________ 11. ______________________

12. ______________________ 12. ______________________

DATE: ______________________

1. ______________________ 1. ______________________

2. ______________________ 2. ______________________

3. ______________________ 3. ______________________

4. ______________________ 4. ______________________

5. ______________________ 5. ______________________

6. ______________________ 6. ______________________

7. ______________________ 7. ______________________

8. ______________________ 8. ______________________

9. ______________________ 9. ______________________

10. ______________________ 10. ______________________

11. ______________________ 11. ______________________

12. ______________________ 12. ______________________

DATE: ______________________

1. ______________________
2. ______________________
3. ______________________
4. ______________________
5. ______________________
6. ______________________
7. ______________________
8. ______________________
9. ______________________
10. ______________________
11. ______________________
12. ______________________

1. ______________________
2. ______________________
3. ______________________
4. ______________________
5. ______________________
6. ______________________
7. ______________________
8. ______________________
9. ______________________
10. ______________________
11. ______________________
12. ______________________

DATE:

1.
2.
3.
4.
5.
6.
7.
8.
9.
10.
11.
12.

1.
2.
3.
4.
5.
6.
7.
8.
9.
10.
11.
12.

DATE: ____________________

1. ____________________ 1. ____________________

2. ____________________ 2. ____________________

3. ____________________ 3. ____________________

4. ____________________ 4. ____________________

5. ____________________ 5. ____________________

6. ____________________ 6. ____________________

7. ____________________ 7. ____________________

8. ____________________ 8. ____________________

9. ____________________ 9. ____________________

10. ____________________ 10. ____________________

11. ____________________ 11. ____________________

12. ____________________ 12. ____________________

DATE: ______________________

1. ______________________ 1. ______________________

2. ______________________ 2. ______________________

3. ______________________ 3. ______________________

4. ______________________ 4. ______________________

5. ______________________ 5. ______________________

6. ______________________ 6. ______________________

7. ______________________ 7. ______________________

8. ______________________ 8. ______________________

9. ______________________ 9. ______________________

10. ______________________ 10. ______________________

11. ______________________ 11. ______________________

12. ______________________ 12. ______________________

DATE: ____________________

1. ____________________ 1. ____________________

2. ____________________ 2. ____________________

3. ____________________ 3. ____________________

4. ____________________ 4. ____________________

5. ____________________ 5. ____________________

6. ____________________ 6. ____________________

7. ____________________ 7. ____________________

8. ____________________ 8. ____________________

9. ____________________ 9. ____________________

10. ____________________ 10. ____________________

11. ____________________ 11. ____________________

12. ____________________ 12. ____________________

DATE: ____________________

1. ____________________
2. ____________________
3. ____________________
4. ____________________
5. ____________________
6. ____________________
7. ____________________
8. ____________________
9. ____________________
10. ____________________
11. ____________________
12. ____________________

1. ____________________
2. ____________________
3. ____________________
4. ____________________
5. ____________________
6. ____________________
7. ____________________
8. ____________________
9. ____________________
10. ____________________
11. ____________________
12. ____________________

DATE: ______________________

1. ______________________
2. ______________________
3. ______________________
4. ______________________
5. ______________________
6. ______________________
7. ______________________
8. ______________________
9. ______________________
10. ______________________
11. ______________________
12. ______________________

1. ______________________
2. ______________________
3. ______________________
4. ______________________
5. ______________________
6. ______________________
7. ______________________
8. ______________________
9. ______________________
10. ______________________
11. ______________________
12. ______________________

DATE: ____________________

1. ______	1. ______
2. ______	2. ______
3. ______	3. ______
4. ______	4. ______
5. ______	5. ______
6. ______	6. ______
7. ______	7. ______
8. ______	8. ______
9. ______	9. ______
10. ______	10. ______
11. ______	11. ______
12. ______	12. ______

DATE: ______________________

1. ______________________
2. ______________________
3. ______________________
4. ______________________
5. ______________________
6. ______________________
7. ______________________
8. ______________________
9. ______________________
10. ______________________
11. ______________________
12. ______________________

1. ______________________
2. ______________________
3. ______________________
4. ______________________
5. ______________________
6. ______________________
7. ______________________
8. ______________________
9. ______________________
10. ______________________
11. ______________________
12. ______________________

DATE: ____________________

1. ____________________ 1. ____________________

2. ____________________ 2. ____________________

3. ____________________ 3. ____________________

4. ____________________ 4. ____________________

5. ____________________ 5. ____________________

6. ____________________ 6. ____________________

7. ____________________ 7. ____________________

8. ____________________ 8. ____________________

9. ____________________ 9. ____________________

10. ____________________ 10. ____________________

11. ____________________ 11. ____________________

12. ____________________ 12. ____________________

DATE: ____________________

1. ____________________
2. ____________________
3. ____________________
4. ____________________
5. ____________________
6. ____________________
7. ____________________
8. ____________________
9. ____________________
10. ____________________
11. ____________________
12. ____________________

1. ____________________
2. ____________________
3. ____________________
4. ____________________
5. ____________________
6. ____________________
7. ____________________
8. ____________________
9. ____________________
10. ____________________
11. ____________________
12. ____________________

DATE: ______________________

1. ______________________ 1. ______________________

2. ______________________ 2. ______________________

3. ______________________ 3. ______________________

4. ______________________ 4. ______________________

5. ______________________ 5. ______________________

6. ______________________ 6. ______________________

7. ______________________ 7. ______________________

8. ______________________ 8. ______________________

9. ______________________ 9. ______________________

10. ______________________ 10. ______________________

11. ______________________ 11. ______________________

12. ______________________ 12. ______________________

DATE: ____________________

1. ____________________ 1. ____________________
2. ____________________ 2. ____________________
3. ____________________ 3. ____________________
4. ____________________ 4. ____________________
5. ____________________ 5. ____________________
6. ____________________ 6. ____________________
7. ____________________ 7. ____________________
8. ____________________ 8. ____________________
9. ____________________ 9. ____________________
10. ____________________ 10. ____________________
11. ____________________ 11. ____________________
12. ____________________ 12. ____________________

DATE: ____________________

1. ____________________ 1. ____________________
2. ____________________ 2. ____________________
3. ____________________ 3. ____________________
4. ____________________ 4. ____________________
5. ____________________ 5. ____________________
6. ____________________ 6. ____________________
7. ____________________ 7. ____________________
8. ____________________ 8. ____________________
9. ____________________ 9. ____________________
10. ____________________ 10. ____________________
11. ____________________ 11. ____________________
12. ____________________ 12. ____________________

DATE: ______________________

1. ______________________ 1. ______________________

2. ______________________ 2. ______________________

3. ______________________ 3. ______________________

4. ______________________ 4. ______________________

5. ______________________ 5. ______________________

6. ______________________ 6. ______________________

7. ______________________ 7. ______________________

8. ______________________ 8. ______________________

9. ______________________ 9. ______________________

10. ______________________ 10. ______________________

11. ______________________ 11. ______________________

12. ______________________ 12. ______________________

DATE: ______________________

1. ______________________
2. ______________________
3. ______________________
4. ______________________
5. ______________________
6. ______________________
7. ______________________
8. ______________________
9. ______________________
10. ______________________
11. ______________________
12. ______________________

1. ______________________
2. ______________________
3. ______________________
4. ______________________
5. ______________________
6. ______________________
7. ______________________
8. ______________________
9. ______________________
10. ______________________
11. ______________________
12. ______________________

DATE: ______________________

1. ______________________ 1. ______________________

2. ______________________ 2. ______________________

3. ______________________ 3. ______________________

4. ______________________ 4. ______________________

5. ______________________ 5. ______________________

6. ______________________ 6. ______________________

7. ______________________ 7. ______________________

8. ______________________ 8. ______________________

9. ______________________ 9. ______________________

10. ______________________ 10. ______________________

11. ______________________ 11. ______________________

12. ______________________ 12. ______________________

DATE: ____________________

1. ____________________ 1. ____________________
2. ____________________ 2. ____________________
3. ____________________ 3. ____________________
4. ____________________ 4. ____________________
5. ____________________ 5. ____________________
6. ____________________ 6. ____________________
7. ____________________ 7. ____________________
8. ____________________ 8. ____________________
9. ____________________ 9. ____________________
10. ____________________ 10. ____________________
11. ____________________ 11. ____________________
12. ____________________ 12. ____________________

DATE: ____________________

1. ____________________ 1. ____________________

2. ____________________ 2. ____________________

3. ____________________ 3. ____________________

4. ____________________ 4. ____________________

5. ____________________ 5. ____________________

6. ____________________ 6. ____________________

7. ____________________ 7. ____________________

8. ____________________ 8. ____________________

9. ____________________ 9. ____________________

10. ____________________ 10. ____________________

11. ____________________ 11. ____________________

12. ____________________ 12. ____________________

DATE: ______________________

1. ______________________
2. ______________________
3. ______________________
4. ______________________
5. ______________________
6. ______________________
7. ______________________
8. ______________________
9. ______________________
10. ______________________
11. ______________________
12. ______________________

1. ______________________
2. ______________________
3. ______________________
4. ______________________
5. ______________________
6. ______________________
7. ______________________
8. ______________________
9. ______________________
10. ______________________
11. ______________________
12. ______________________

DATE: ______________________

1. ______________________ 1. ______________________

2. ______________________ 2. ______________________

3. ______________________ 3. ______________________

4. ______________________ 4. ______________________

5. ______________________ 5. ______________________

6. ______________________ 6. ______________________

7. ______________________ 7. ______________________

8. ______________________ 8. ______________________

9. ______________________ 9. ______________________

10. ______________________ 10. ______________________

11. ______________________ 11. ______________________

12. ______________________ 12. ______________________

DATE: ____________________

1. ____________________
2. ____________________
3. ____________________
4. ____________________
5. ____________________
6. ____________________
7. ____________________
8. ____________________
9. ____________________
10. ____________________
11. ____________________
12. ____________________

1. ____________________
2. ____________________
3. ____________________
4. ____________________
5. ____________________
6. ____________________
7. ____________________
8. ____________________
9. ____________________
10. ____________________
11. ____________________
12. ____________________

DATE: ______________________

1. ______________________ 1. ______________________

2. ______________________ 2. ______________________

3. ______________________ 3. ______________________

4. ______________________ 4. ______________________

5. ______________________ 5. ______________________

6. ______________________ 6. ______________________

7. ______________________ 7. ______________________

8. ______________________ 8. ______________________

9. ______________________ 9. ______________________

10. ______________________ 10. ______________________

11. ______________________ 11. ______________________

12. ______________________ 12. ______________________

DATE: ______________________

1. ______________________ 1. ______________________

2. ______________________ 2. ______________________

3. ______________________ 3. ______________________

4. ______________________ 4. ______________________

5. ______________________ 5. ______________________

6. ______________________ 6. ______________________

7. ______________________ 7. ______________________

8. ______________________ 8. ______________________

9. ______________________ 9. ______________________

10. ______________________ 10. ______________________

11. ______________________ 11. ______________________

12. ______________________ 12. ______________________

DATE: ______________________

1. ______________________
2. ______________________
3. ______________________
4. ______________________
5. ______________________
6. ______________________
7. ______________________
8. ______________________
9. ______________________
10. ______________________
11. ______________________
12. ______________________

1. ______________________
2. ______________________
3. ______________________
4. ______________________
5. ______________________
6. ______________________
7. ______________________
8. ______________________
9. ______________________
10. ______________________
11. ______________________
12. ______________________

DATE: ____________________

1. ____________________
2. ____________________
3. ____________________
4. ____________________
5. ____________________
6. ____________________
7. ____________________
8. ____________________
9. ____________________
10. ____________________
11. ____________________
12. ____________________

1. ____________________
2. ____________________
3. ____________________
4. ____________________
5. ____________________
6. ____________________
7. ____________________
8. ____________________
9. ____________________
10. ____________________
11. ____________________
12. ____________________

DATE: ______________________

1. ______________________
2. ______________________
3. ______________________
4. ______________________
5. ______________________
6. ______________________
7. ______________________
8. ______________________
9. ______________________
10. ______________________
11. ______________________
12. ______________________

1. ______________________
2. ______________________
3. ______________________
4. ______________________
5. ______________________
6. ______________________
7. ______________________
8. ______________________
9. ______________________
10. ______________________
11. ______________________
12. ______________________

DATE: ____________________

1. ____________________ 1. ____________________

2. ____________________ 2. ____________________

3. ____________________ 3. ____________________

4. ____________________ 4. ____________________

5. ____________________ 5. ____________________

6. ____________________ 6. ____________________

7. ____________________ 7. ____________________

8. ____________________ 8. ____________________

9. ____________________ 9. ____________________

10. ____________________ 10. ____________________

11. ____________________ 11. ____________________

12. ____________________ 12. ____________________

DATE: ____________________

1. ____________________
2. ____________________
3. ____________________
4. ____________________
5. ____________________
6. ____________________
7. ____________________
8. ____________________
9. ____________________
10. ____________________
11. ____________________
12. ____________________

1. ____________________
2. ____________________
3. ____________________
4. ____________________
5. ____________________
6. ____________________
7. ____________________
8. ____________________
9. ____________________
10. ____________________
11. ____________________
12. ____________________

DATE: ____________________

1. ____________________
2. ____________________
3. ____________________
4. ____________________
5. ____________________
6. ____________________
7. ____________________
8. ____________________
9. ____________________
10. ____________________
11. ____________________
12. ____________________

1. ____________________
2. ____________________
3. ____________________
4. ____________________
5. ____________________
6. ____________________
7. ____________________
8. ____________________
9. ____________________
10. ____________________
11. ____________________
12. ____________________

DATE: ____________________

1. ____________________
2. ____________________
3. ____________________
4. ____________________
5. ____________________
6. ____________________
7. ____________________
8. ____________________
9. ____________________
10. ____________________
11. ____________________
12. ____________________

1. ____________________
2. ____________________
3. ____________________
4. ____________________
5. ____________________
6. ____________________
7. ____________________
8. ____________________
9. ____________________
10. ____________________
11. ____________________
12. ____________________

DATE: ____________________

1. ____________________ 1. ____________________

2. ____________________ 2. ____________________

3. ____________________ 3. ____________________

4. ____________________ 4. ____________________

5. ____________________ 5. ____________________

6. ____________________ 6. ____________________

7. ____________________ 7. ____________________

8. ____________________ 8. ____________________

9. ____________________ 9. ____________________

10. ____________________ 10. ____________________

11. ____________________ 11. ____________________

12. ____________________ 12. ____________________

DATE: ______________________

1. ______________________

2. ______________________

3. ______________________

4. ______________________

5. ______________________

6. ______________________

7. ______________________

8. ______________________

9. ______________________

10. ______________________

11. ______________________

12. ______________________

1. ______________________

2. ______________________

3. ______________________

4. ______________________

5. ______________________

6. ______________________

7. ______________________

8. ______________________

9. ______________________

10. ______________________

11. ______________________

12. ______________________

DATE: ____________________

1. ____________________ 1. ____________________

2. ____________________ 2. ____________________

3. ____________________ 3. ____________________

4. ____________________ 4. ____________________

5. ____________________ 5. ____________________

6. ____________________ 6. ____________________

7. ____________________ 7. ____________________

8. ____________________ 8. ____________________

9. ____________________ 9. ____________________

10. ____________________ 10. ____________________

11. ____________________ 11. ____________________

12. ____________________ 12. ____________________

DATE: ____________________

1. ____________________
2. ____________________
3. ____________________
4. ____________________
5. ____________________
6. ____________________
7. ____________________
8. ____________________
9. ____________________
10. ____________________
11. ____________________
12. ____________________

1. ____________________
2. ____________________
3. ____________________
4. ____________________
5. ____________________
6. ____________________
7. ____________________
8. ____________________
9. ____________________
10. ____________________
11. ____________________
12. ____________________

Made in the USA
Las Vegas, NV
19 April 2023

70822905R00111